Impressum
Verlag: BABADADA GmbH, Nedderfeld 112 , 22529 Hamburg
Geschäftsführer / Verlagsleitung: Harald Hof
Druck: Books on Demand GmbH, In de Tarpen 42, 22848 Norderstedt

Imprint
Publisher: BABADADA GmbH, Nedderfeld 112 , 22529 Hamburg, Germany
Managing Director / Publishing direction: Harald Hof
Print: Books on Demand GmbH, In de Tarpen 42, 22848 Norderstedt, Germany

trường học

xue xiao

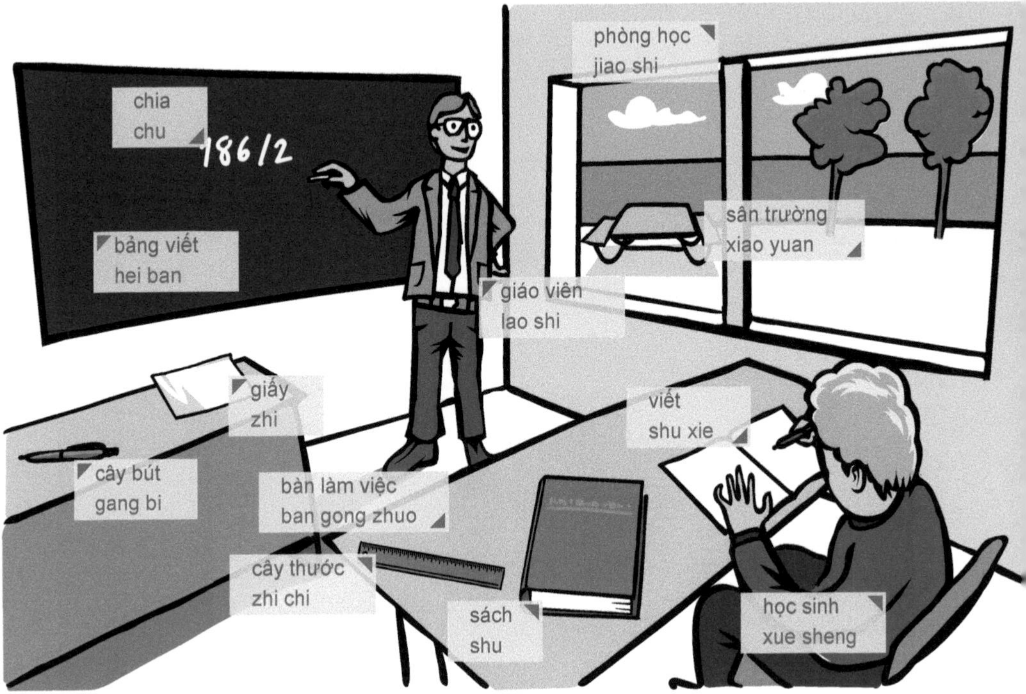
phòng học
jiao shi
chia
chu
186/2
bảng viết
hei ban
sân trường
xiao yuan
giáo viên
lao shi
giấy
zhi
viết
shu xie
cây bút
gang bi
bàn làm việc
ban gong zhuo
cây thước
zhi chi
sách
shu
học sinh
xue sheng

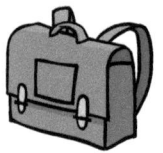

cặp đeo vai học sinh

shu bao

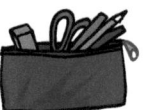

hộp đựng bút

qian bi he

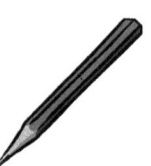

bút chì

qian bi

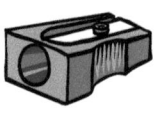

cái gọt bút chì

juan bi dao

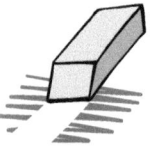

cục tẩy

xiang pi ca

tập giấy vẽ

hua ban

bản vẽ

tu hua

cọ vẽ

hua bi

hộp mực vẽ

yan liao he

cây kéo

jian dao

keo dán

jiao shui

sách bài tập

lian xi ce

bài tập ở nhà

jia ting zuo ye

12

số

shu zi

2+2

cộng

jia

5-2

trừ

jian

2×2

nhân

cheng

tính toán

ji suan

A

chữ cái

zi mu

ABCDEFG HIJKLMN OPQRSTU VWXYZ

bảng chữ cái

zi mu biao

hello

từ

zi

văn bản

ke wen

đọc

du

phấn viết

fen bi

bài học

shang ke

sổ lớp

deng ji

thi kiểm tra

kao shi

chứng chỉ

zheng shu

đồng phục học sinh

xiao fu

giáo dục

jiao yu

từ điển bách khoa

bai ke quan shu

đại học

da xue

kính hiển vi

xian wei jing

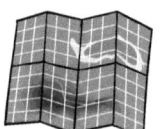

bản đồ

di tu

thùng rác giấy

fei zhi kuang

du lịch
lü xing

khách sạn
jiu dian
Grand
nhà trọ
qing nian lü xing she
quầy đổi tiền
wai bi dui huan chu
va li
shou ti xiang
xe ô tô
qi che

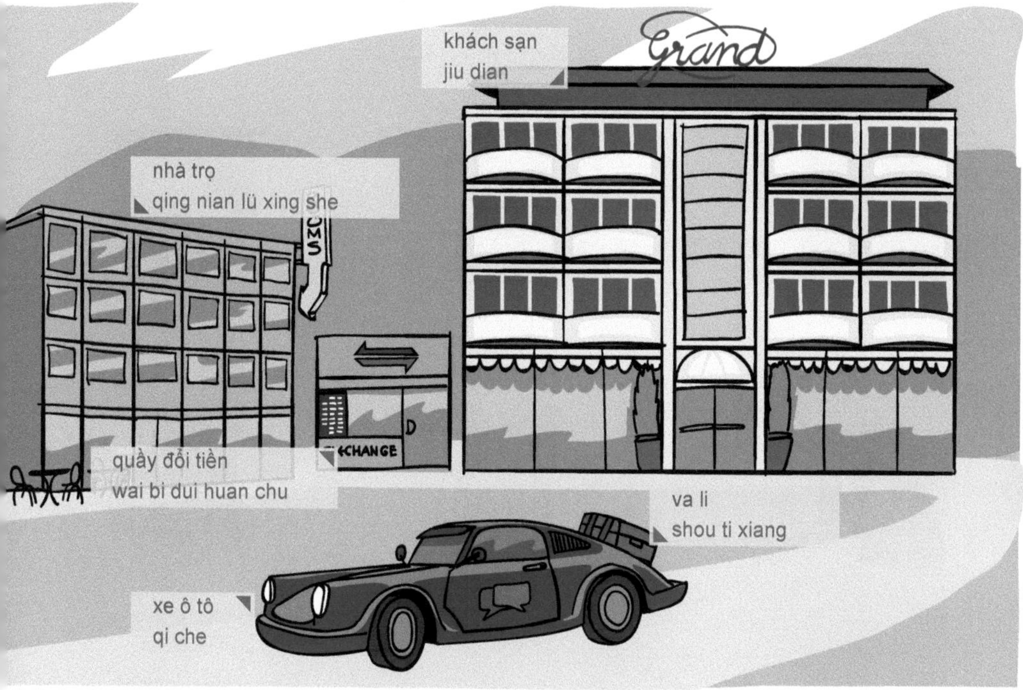

ngôn ngữ
yu yan

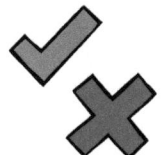

có / không
shi/fou

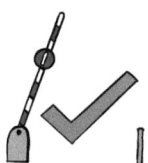

ô kê
hao de

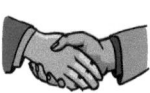

Xin chào
nin hao

thông dịch viên
fan yi yuan

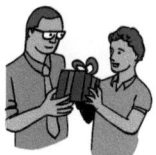

cám ơn
xie xie

... bao nhiêu tiền?

......duo shao qian?

tôi không hiểu

wo bu ming bai

vấn đề

wen ti

Xin chào! (buổi tối)

wan shang hao!

xin chào! (buổi sáng)

zao shang hao!

chúc ngủ ngon!

wan an!

tạm biệt

zai jian

hướng đi

fang xiang

hành lý

xing li

túi xách

bao

túi ba lô

shuang jian bao

khách

ke ren

phòng

fang jian

túi ngủ

shui dai

lều

zhang peng

thông tin du lịch

lü you xin xi

bãi biển

hai tan

thẻ tín dụng

xin yong ka

ăn sáng

zao can

ăn trưa

wu can

ăn tối

wan can

vé xe

piao

thang máy

dian ti

tem bưu điện

you piao

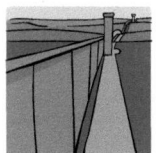

biên giới

bian jie

hải quan

hai guan

đại sứ quán

da shi guan

thị thực

qian zheng

hộ chiếu

hu zhao

vận chuyển

jiao tong yun shu

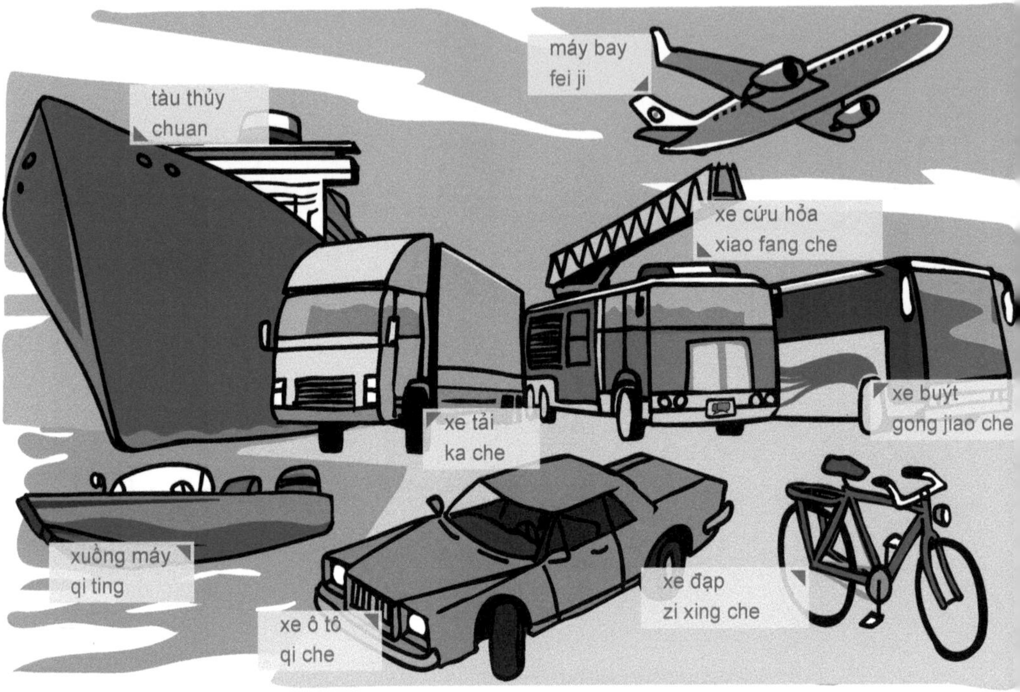
máy bay
fei ji
tàu thủy
chuan
xe cứu hỏa
xiao fang che
xe buýt
gong jiao che
xe tải
ka che
xuồng máy
qi ting
xe đạp
zi xing che
xe ô tô
qi che

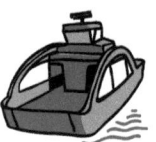

phà

bai du chuan

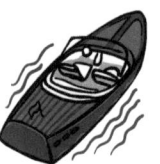

xuồng

xiao chuan

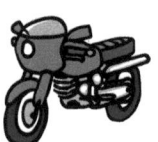

xe máy

mo tuo che

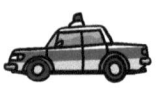

xe cảnh sát

jing che

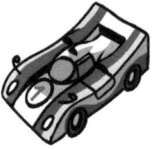

xe đua

sai che

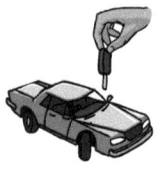

xe cho thuê

zu che

dịch vụ thuê xe tự lái

pin che

xe kéo cứu hộ

tuo che

xe rác

la ji che

động cơ

fa dong ji

xăng

qi you

trạm xăng

jia you zhan

biển báo giao thông

jiao tong biao zhi

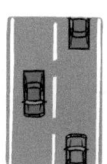

giao thông

jiao tong

ách tắc giao thông

jiao tong du sai

bãi đậu xe

ting che chang

nhà ga

huo che zhan

đường ray

gui dao

xe lửa

huo che

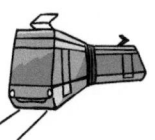

tàu điện

dian che

toa xe

huo che

máy bay trực thăng

zhi sheng ji

sân bay

ji chang

tháp

ta

hành khách

cheng ke

côngtenơ

ji zhuang xiang

thùng các-tông

zhi ban xiang

xe đẩy

shou tui che

cái giỏ

lan zi

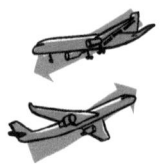

cất cánh / hạ cánh

qi fei/jiang luo

thành phố
cheng shi

làng

cun zhuang

trung tâm thành phố

shi zhong xin

nhà

fang zi

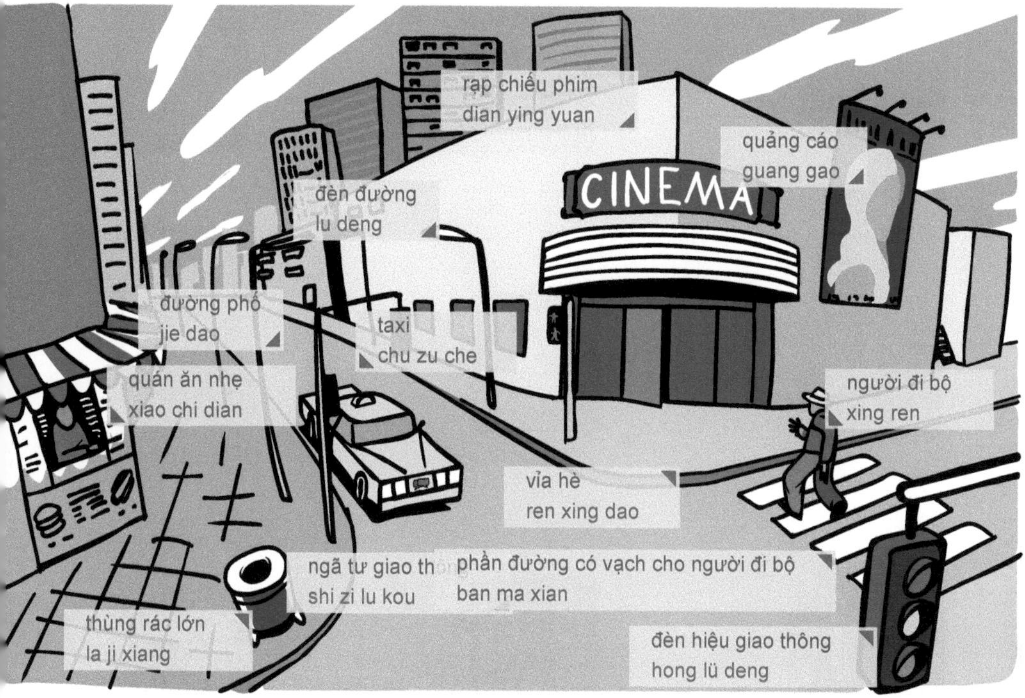

rạp chiếu phim
dian ying yuan

quảng cáo
guang gao

đèn đường
lu deng

CINEMA

đường phố
jie dao

taxi
chu zu che

quán ăn nhẹ
xiao chi dian

người đi bộ
xing ren

vỉa hè
ren xing dao

ngã tư giao th phần đường có vạch cho người đi bộ
shi zi lu kou   ban ma xian

thùng rác lớn
la ji xiang

đèn hiệu giao thông
hong lü deng

nhà chòi
xiao wu

căn hộ
gong yu

nhà ga
huo che zhan

tòa thị chính
shi zheng ting

viện bảo tàng
bo wu guan

trường học
xue xiao

đại học

da xue

ngân hàng

yin hang

bệnh viện

yi yuan

khách sạn

jiu dian

hiệu thuốc

yao fang

văn phòng

ban gong shi

hiệu sách

shu dian

cửa hiệu

shang dian

cửa hiệu bán hoa

hua dian

siêu thị

chao shi

chợ

shi chang

cửa hàng bách hóa

bai huo shang dian

người bán cá

yu dian

trung tâm mua bán

gou wu zhong xin

bến cảng

hai gang

công viên

gong yuan

ghế băng

chang deng

cầu

qiao

cầu thang

lou ti

tàu điện ngầm

di tie

đường hầm

sui dao

trạm xe buýt

gong jiao che zhan

quán bar

jiu ba

khách sạn

can guan

hòm thư công cộng

you tong

bảng hiệu đường

lu biao

đồng hồ đậu xe

ting che ji shi qi

vườn bách thú

dong wu yuan

bể bơi

you yong guan

nhà thờ Hồi giáo

qing zhen si

nông trại
nong chang

ô nhiễm môi trường
wu ran

nghĩa trang
mu di

nhà thờ
jiao tang

sân chơi
cao chang

ngôi đền
si miao

phong cảnh
di xing

lá cây
shu ye

bảng chỉ đường
zhi shi pai

lối đi
lu

bãi cỏ
cao di

hòn đá
shi tou

người đi bộ đường dài
tu bu lü xing zhe

cây
shu

sông
he

cỏ
cao

bông hoa
hua

thung lũng

xia gu

đồi

shan

hồ nước

hu

rừng

sen lin

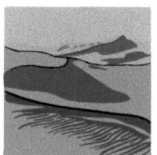

sa mạc

sha mo

núi lửa

huo shan

lâu đài

cheng bao

cầu vồng

cai hong

nấm

mo gu

cây cọ

zong lü shu

con muỗi

wen zi

con ruồi

cang ying

con kiến

ma yi

con ong

mi feng

con nhện

zhi zhu

bọ cánh cứng

jia chong

con ếch

qing wa

con sóc

song shu

con nhím

ci wei

con thỏ

ye tu

con cú

mao tou ying

con chim

niao

thiên nga

tian e

heo rừng

ye zhu

con hươu

lu

nai sừng tấm

mi lu

đê

shui ba

tuabin gió

feng li fa dian ji

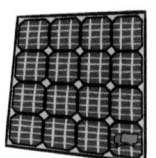

tấm năng lượng mặt trời

tai yang neng dian chi ban

khí hậu

qi hou

khách sạn
can guan

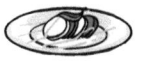

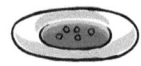

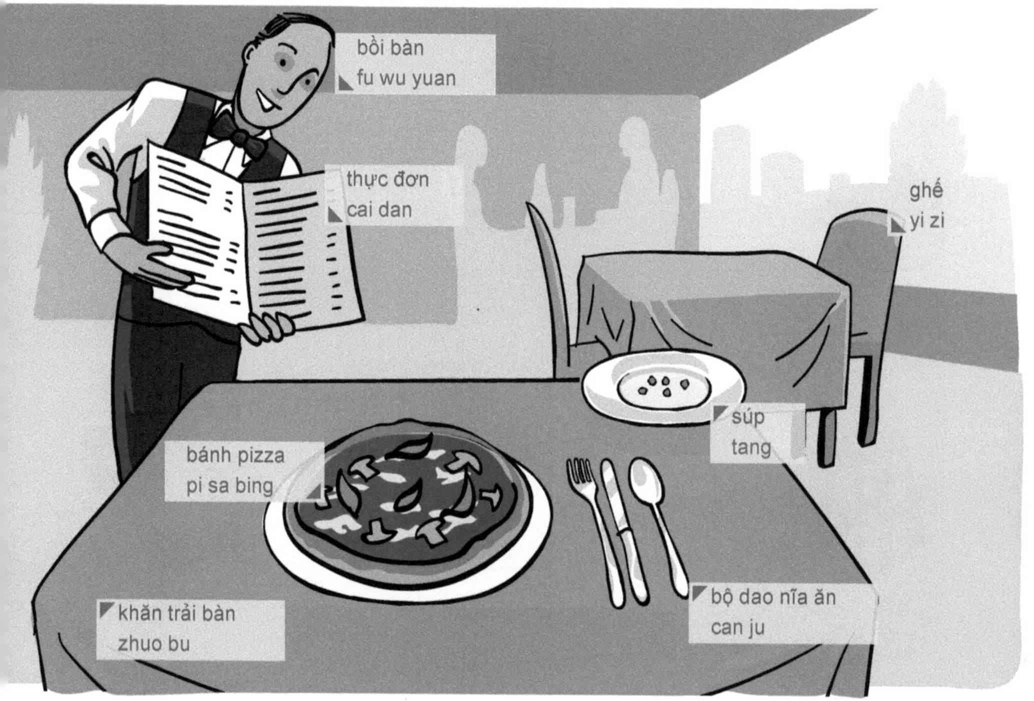
bồi bàn
fu wu yuan
thực đơn
cai dan
ghế
yi zi
súp
tang
bánh pizza
pi sa bing
khăn trải bàn
zhuo bu
bộ dao nĩa ăn
can ju

món ăn khai vị

qian cai

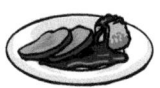

món ăn chính

zhu cai

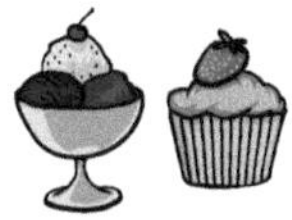

món tráng miệng

tian dian

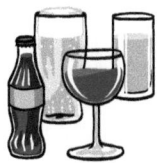

thức uống

yin liao

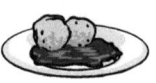

thức ăn

shi wu

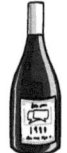

cái chai

ping zi

thức ăn nhanh
kuai can

thức ăn đường phố
jie bian xiao chi

ấm trà
cha hu

hộp đường
tang he

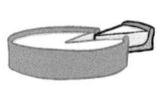

khẩu phần
yi fen fan cai

máy pha espresso
yi shi ka fei ji

ghế cao
gao jiao yi

hóa đơn
zhang dan

khay
tuo pan

dao
dao

nĩa
can cha

thìa
shao zi

thìa uống trà
cha chi

khăn ăn
can jin

cốc thủy tinh
bo li bei

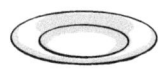

đĩa

die zi

đĩa súp

tang pan

đĩa lót cốc

die zi

nước sốt

jiang

lọ muối

yan ping

cái xay tiêu

hu jiao mo

giấm

cu

dầu

shi yong you

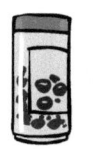

gia vị

tiao wei liao

nước xốt cà chua

fan qie jiang

tương hạt cải

jie mo

nước sốt mayonnaise

dan huang jiang

siêu thị
chao shi

chào giá đặc biệt
te jia
FOR
khách hàng
gu ke
sản phẩm từ sữa
ru zhi pin
trái cây
shui guo
xe đẩy mua sắm
gou wu che

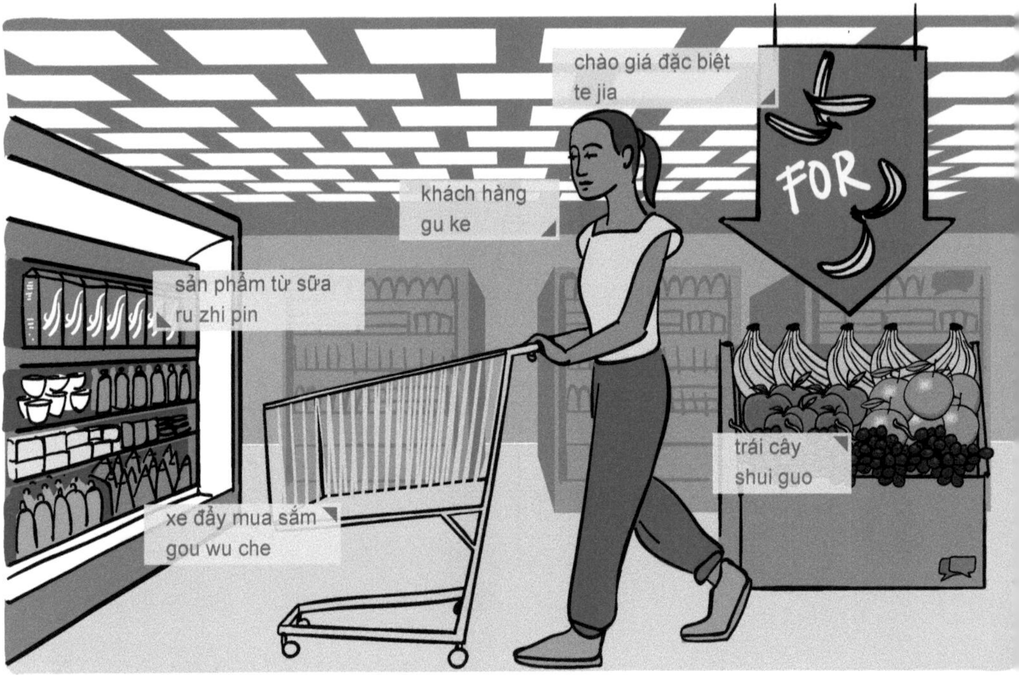

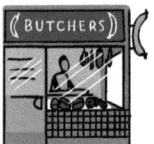

BUTCHERS

lò mổ

rou pu

BAKERY

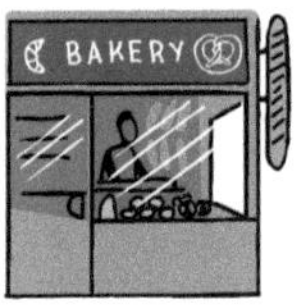

cửa hiệu bán bánh mì

mian bao fang

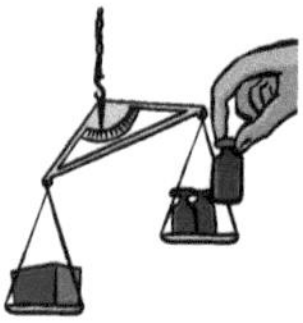

cân nặng

cheng zhong

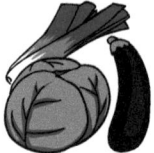

rau quả

shu cai

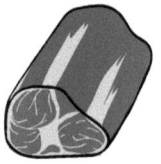

thịt

rou

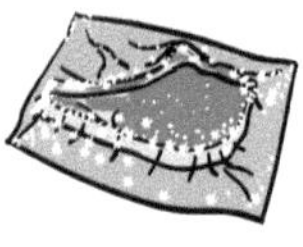

thức ăn đông lạnh

leng dong shi pin

lát thịt nguội

leng pan

đồ hộp

guan tou shi pin

bột giặt

xi yi fen

đồ ngọt

tian shi

sản phẩm dùng trong gia đình

ri yong pin

chất tẩy rửa

qing jie yong pin

người bán hàng

xiao shou yuan

quầy trả tiền

shou yin ji

nhân viên thu ngân

shou yin yuan

danh sách mua sắm

gou wu qing dan

giờ mở cửa

kai fang shi jian

ví tiền

qian bao

thẻ tín dụng

xin yong ka

túi đeo

dai zi

túi ny lông

su liao dai

nước

shui

nước quả ép

guo zhi

sữa

niu nai

coca-cola

ke le

rượu vang

hong jiu

bia

pi jiu

cồn

jiu

cacao

ke ke

trà

cha

cà phê

ka fei

espresso

yi shi nong suo ka fei

cappuccino

ka bu qi nuo

chuối

xiang jiao

quả táo

ping guo

quả cam

cheng zi

dưa hấu

xi gua

chanh

ning meng

cà rốt

hu luo bo

tỏi

da suan

tre

zhu zi

củ hành

yang cong

nấm

mo gu

hạt dẻ

jian guo

mì

mian tiao

mì spaghetti

yi da li mian tiao

cơm

mi fan

xà lách

sha la

khoai tây chiên

shu tiao

khoai tây chiên

zha tu dou

bánh pizza

pi sa bing

bánh hamburger

han bao bao

bánh mì sandwich

san ming zhi

thịt côtlet

zha zhu pai

thịt giăm bông

huo tui

xúc xích

sa la mi

dồi

xiang chang

gà

ji rou

rán

kao rou

cá

yu

cháo yến mạch

yan mai pian

cháo muesli

mu zi li

bánh bột ngô nướng

yu mi pian

bột mì

mian fen

bánh sừng bò

yang jiao mian bao

bánh mì

mian bao juan

bánh mì

mian bao

bánh mì nướng

kao mian bao

bánh bích quy

bing gan

bơ

huang you

sữa đông

ning ru

bánh ngọt

dan gao

trứng

dan

trứng rán

jian dan

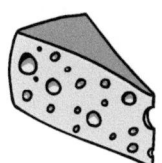

pho mát

nai lao

kem

bing ji lin

đường

tang

mật ong

feng mi

mứt

guo jiang

kem nougat

qiao ke li jiang

cà ri

ga li fan

nông trại
nong chang

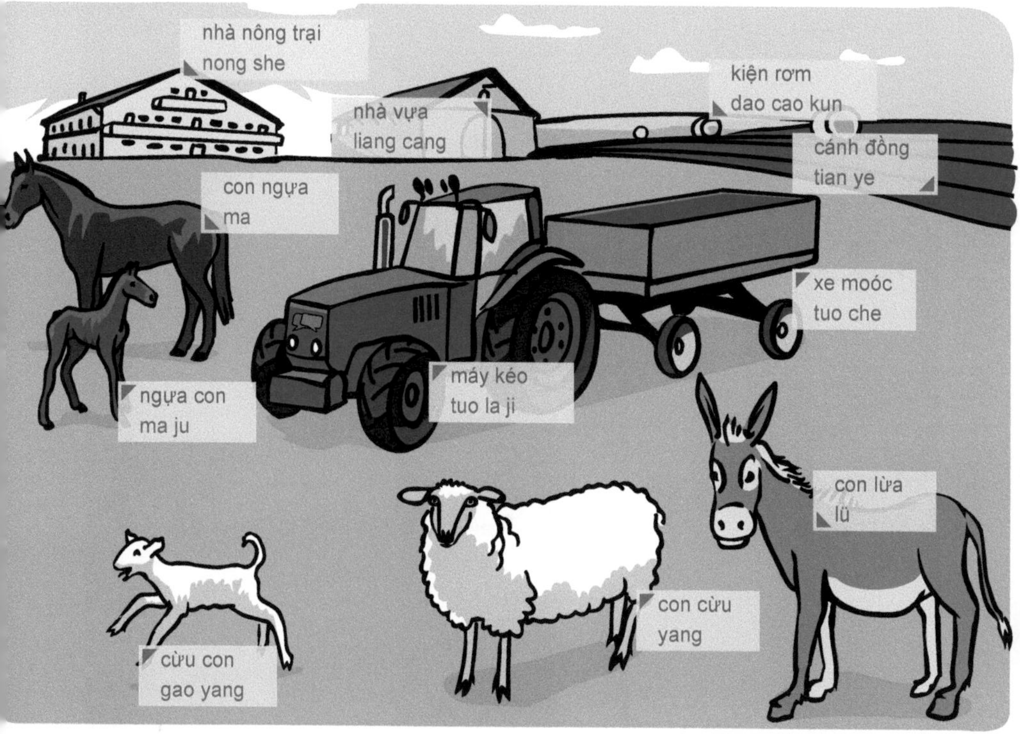

nhà nông trại
nong she
kiện rơm
dao cao kun
nhà vựa
liang cang
cánh đồng
tian ye
con ngựa
ma
xe moóc
tuo che
máy kéo
tuo la ji
ngựa con
ma ju
con lừa
lü
con cừu
yang
cừu con
gao yang

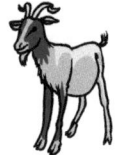

con dê

shan yang

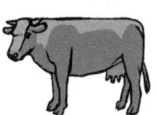

con bò

nai niu

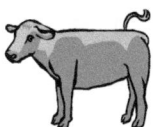

con bê

niu du

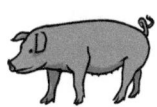

con lợn

zhu

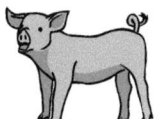

lợn con

xiao zhu

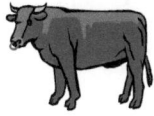

bò đực

gong niu

con ngỗng
e

con vịt
ya

gà con
xiao ji

gà mái
mu ji

gà trống
gong ji

con chuột
shu

mèo
mao

chuột nhắt
lao shu

bò đực
niu

con chó
gou

nhà chuồng chó
gou wu

ống tưới vườn cây
hua yuan jiao shui ruan
guan

thùng tưới cây
sa shui hu

lưỡi hái
chang bing da lian dao

cái cày
li

cái liềm

lian dao

cái cuốc

chu tou

cái chĩa

chang bing cao pa

cái rìu

fu tou

xe cút kít

du lun shou tui che

máng ăn

si liao cao

lọ sữa

niu nai guan

bao tải

ma bu dai

hàng rào

zha lan

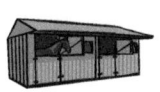

chuồng

ma jiu

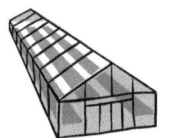

nhà kính trồng cây

wen shi

đất trồng

tu rang

hạt giống

zhong zi

phân bón

fei liao

máy gặt đập liên hợp

lian he shou ge ji

thu hoạch

shou ge

mùa thu hoạch

shou ge

khoai lang

shan yao

lúa mì

xiao mai

đậu nành

da dou

khoai tây

tu dou

ngô

yu mi

hạt cải dầu

you cai zi

cây ăn trái

guo shu

sắn

shu shu

ngũ cốc

gu wu

nhà
fang zi

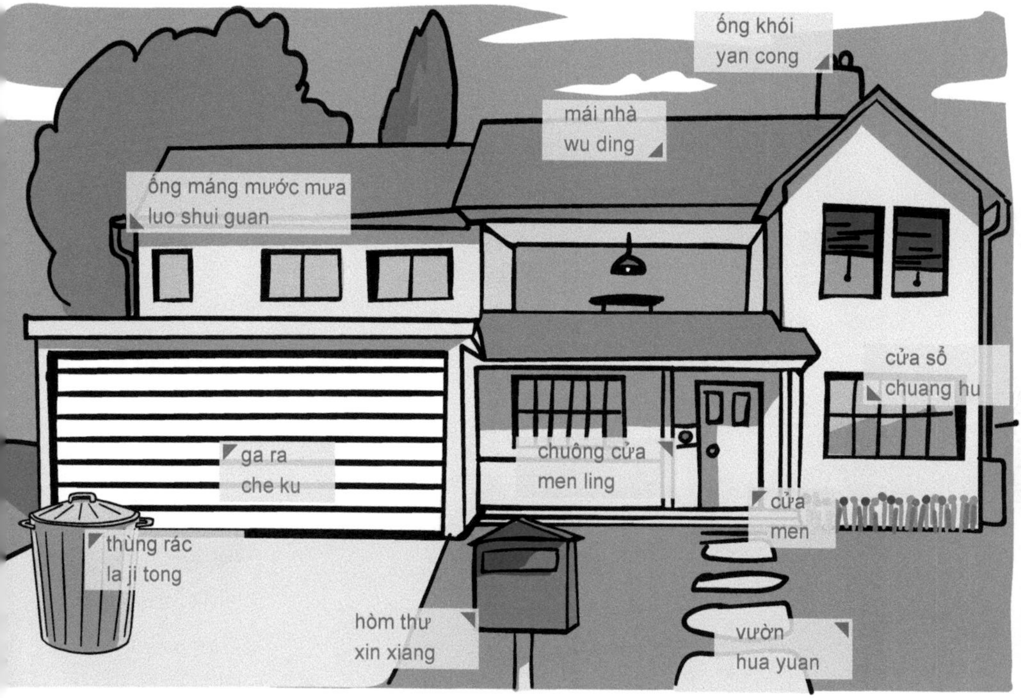
ống khói
yan cong
mái nhà
wu ding
ống máng mước mưa
luo shui guan
cửa sổ
chuang hu
ga ra
che ku
chuông cửa
men ling
cửa
men
thùng rác
la ji tong
hòm thư
xin xiang
vườn
hua yuan

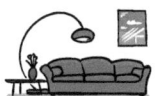

phòng khách

ke ting

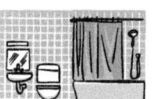

phòng tắm

yu shi

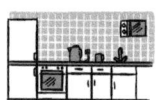

bếp

chu fang

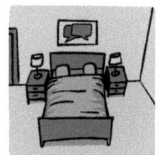

phòng ngủ

wo shi

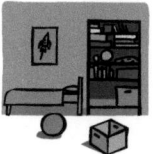

phòng trẻ em

er tong fang

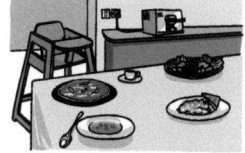

phòng ăn

can ting

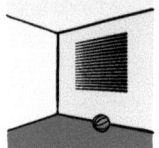

nền nhà
di ban

tường
qiang bi

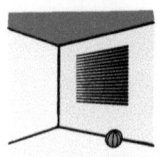

trần nhà
diao ding

tầng hầm
di jiao

tắm hơi
sang na

ban công
yang tai

sân hiên
lu tai

bể bơi
you yong chi

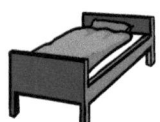

máy cắt cỏ
ge cao ji

khăn trải giường
bei dan

khăn trải giường
chuang zhao

giường
chuang

chổi
sao zhou

cái xô
shui tong

công tắc điện
kai guan

phòng khách

ke ting

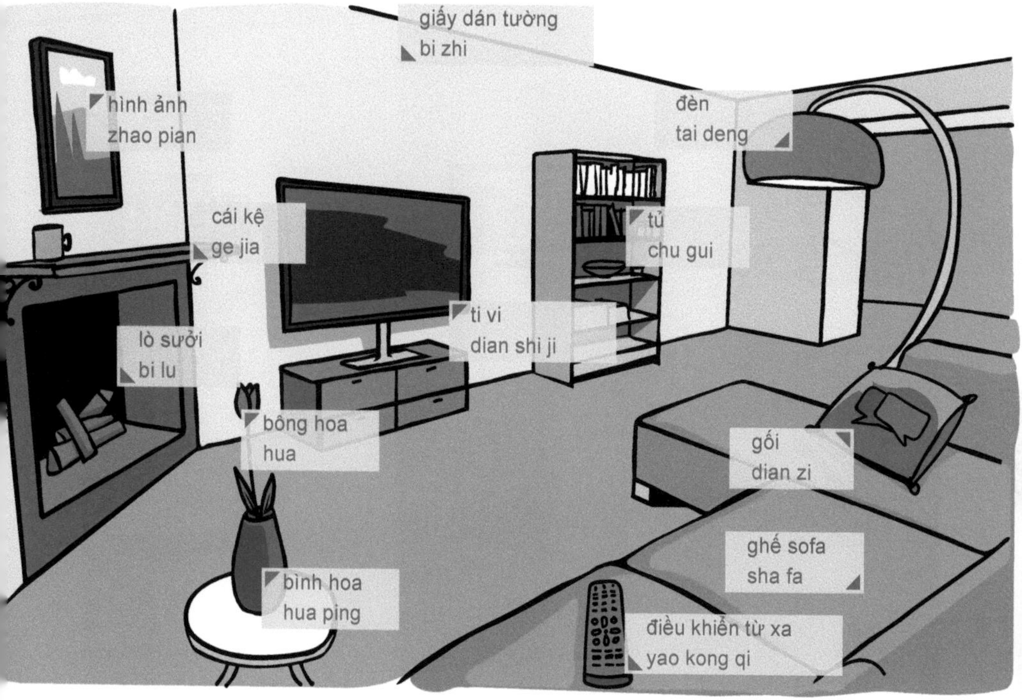
giấy dán tường
bi zhi
hình ảnh
zhao pian
đèn
tai deng
cái kệ
ge jia
tủ
chu gui
ti vi
dian shi ji
lò sưởi
bi lu
bông hoa
hua
gối
dian zi
ghế sofa
sha fa
bình hoa
hua ping
điều khiển từ xa
yao kong qi

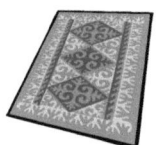

thảm

di tan

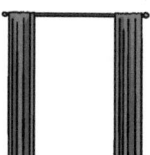

rèm

chuang lian

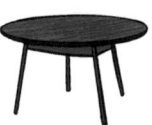

cái bàn

can zhuo

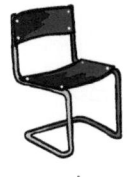

ghế

yi zi

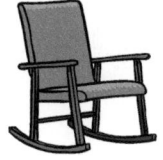

ghế bập bênh

yao yi

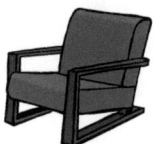

ghế bành

fu shou yi

sách

shu

cái chăn

tan zi

đồ trang trí

zhuang shi pin

củi

mu chai

phim

dian ying

máy hi-fi

gao bao zhen yin xiang

chìa khóa

yao shi

báo

bao zhi

bức tranh

you hua

áp phích

hai bao

radio

shou yin ji

sổ ghi chép

bi ji ben

máy hút bụi

xi chen qi

cây xương rồng

xian ren zhang

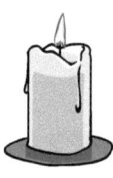

cây nến

la zhu

bếp
chu fang

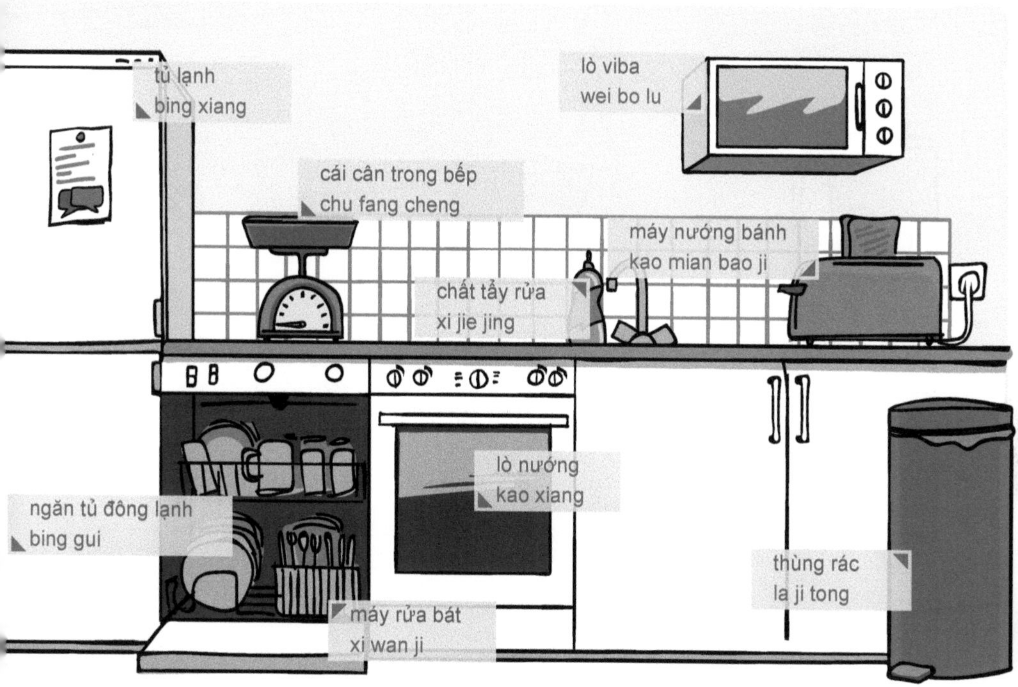
tủ lạnh
bing xiang
lò viba
wei bo lu
cái cân trong bếp
chu fang cheng
máy nướng bánh
kao mian bao ji
chất tẩy rửa
xi jie jing
lò nướng
kao xiang
ngăn tủ đông lạnh
bing gui
thùng rác
la ji tong
máy rửa bát
xi wan ji

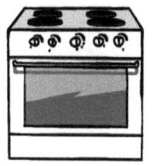

lò nấu

chui ju

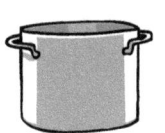

nồi

guo

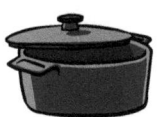

nồi sắt

zhu tie guo

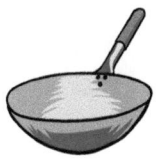

chảo

sha guo

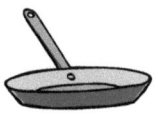

chảo

ping di guo

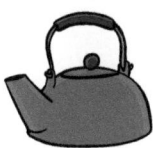

ấm đun nước

shui hu

nồi đun hơi

zheng guo

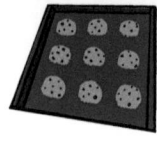

khay lò nướng

kao pan

bát đĩa

tao ci guo

cốc

ma ke bei

cái bát

wan

đũa

kuai zi

cái vá

chang bing shao

bàn xẻng

chan zi

que đánh kem

jiao ban qi

rây dùng trong bếp

lü wang

cái rây lọc

shai zi

cái nạo

mo sui ji

vữa

yan bo

vỉ nướng

shao kao

ngọn lửa trần

ming huo

cái thớt

cai ban

trục cán bột

gan mian zhang

cái mở nút chai

kai ping qi

vỏ đồ hộp

guan zi

cái mở vỏ đồ hộp

kai ping qi

miếng nhấc nồi

ge re shou tao

bồn rửa bát

shui cao

bàn chải

shua zi

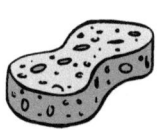

miếng xốp

hai mian

máy xay

jiao ban ji

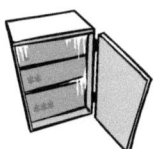

tủ đông lạnh

leng cang xiang

bình sữa cho trẻ sơ sinh

nai ping

vòi nước

shui long tou

phòng tắm

yu shi

lò sưởi
gong nuan she bei
khăn lau
mao jin
vòi hoa sen
lin yu
rèm che ngăn tắm
yu lian
tắm bọt
pao mo yu
bồn tắm
yu gang
cốc thủy tinh
bo li bei
máy giặt
xi yi ji
vòi nước
shui long tou
gạch lát
ci zhuan
cái bô
bian hu
bồn rửa bát
shui cao

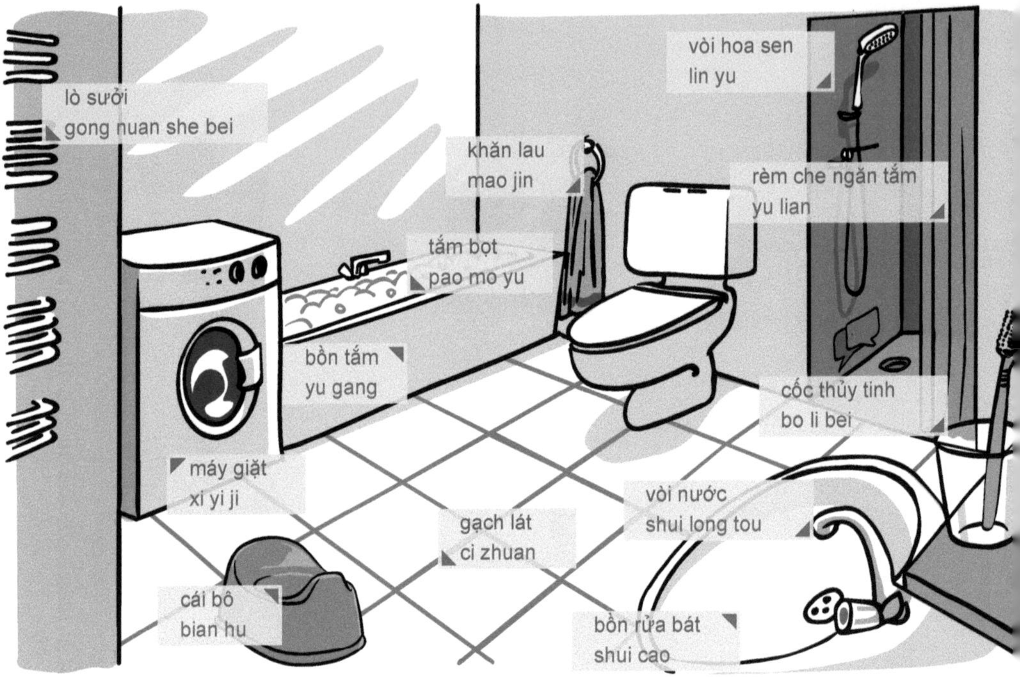

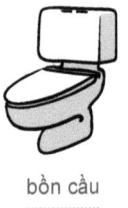

bồn cầu

ce suo

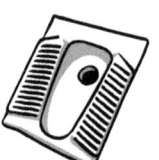

bồn cầu ngồi xổm

dun bian qi

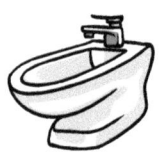

bồn rửa hậu môn

zuo yu qi

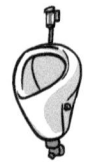

bồn tiểu tiện

xiao bian chi

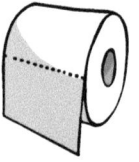

giấy vệ sinh

ce zhi

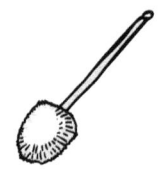

bàn chải cọ bồn cầu

ma tong shua

bàn chải đánh răng

ya shua

kem đánh răng

ya gao

chỉ nha khoa

ya xian

rửa

xi

vòi sen cầm tay

shou chi shi pen lin tou

vòi rửa hậu môn

chong xi qi

bồn rửa

xi lian pen

bàn chải cọ lưng

ca bei shua

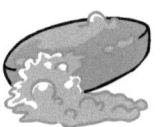

xà phòng

fei zao

sữa tắm

mu yu lu

dầu gội

xi fa shui

khăn cọ để tắm

fa lan rong

lỗ thoát nước

pai shui

kem

ru shuang

chất khử mùi

chu chou ji

gương

jing zi

gương tay

shou jing

dao cạo râu

ti xu dao

kem cạo râu

ti xu pao mo

nước thơm dùng sau khi
cạo râu

xu hou shui

cái lược

shu zi

bàn chải

shua zi

máy xấy tóc

chui feng ji

keo xịt tóc

pen fa ding xing ji

đồ trang điểm

hua zhuang pin

thỏi son môi

chun gao

sơn bôi móng

zhi jia you

bông

hua zhuang mian

kéo cắt móng

zhi jia jian

nước hoa

xiang shui

túi đựng đồ tắm

xi shu bao

ghế đẩu

deng zi

cái cân

ji zhong cheng

áo choàng tắm

yu pao

găng tay làm vệ sinh

xiang jiao shou tao

nút gạc

wei sheng mian tiao

băng vệ sinh

wei sheng jin

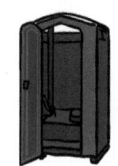

nhà vệ sinh hóa chất

hua xue ce suo

phòng trẻ em

er tong fang

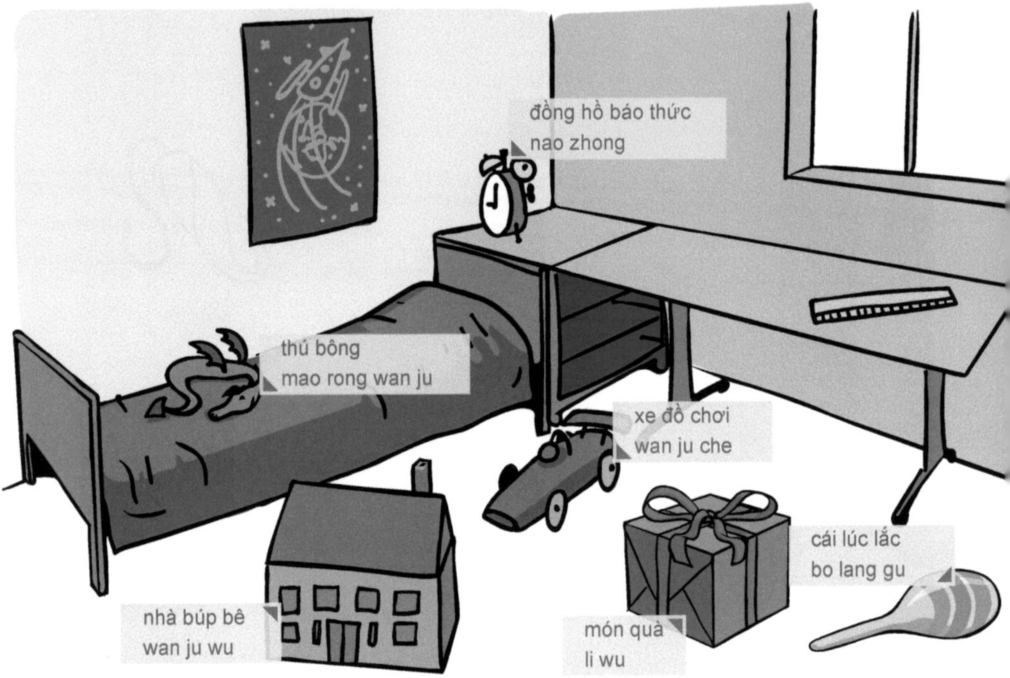

đồng hồ báo thức
nao zhong
thú bông
mao rong wan ju
xe đồ chơi
wan ju che
cái lúc lắc
bo lang gu
nhà búp bê
wan ju wu
món quà
li wu

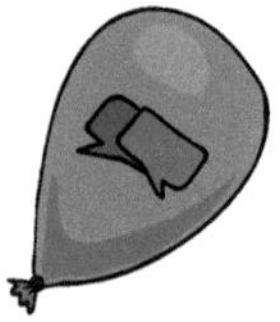

bong bóng

qi qiu

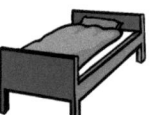

giường

chuang

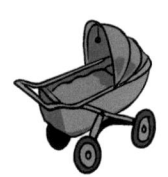

xe nôi

(yang wa wa yong)ying er che

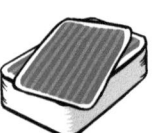

trò chơi bài

pu ke pai

trò chơi ghép hình

pin tu

SUPER
MEGA

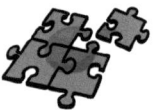

truyện tranh

man hua

gạch Lego

le gao ji mu

khối xếp hình

ji mu wan ju

nhân vật hành động

wan ju ren

áo liền quần cho trẻ sơ sinh

ying er fu

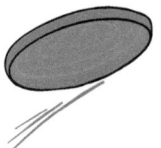

đĩa nhựa để ném

fei pan

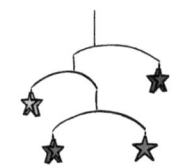

đồ chơi treo trên giường

chuang ling wan ju

trò chơi cờ bàn

qi pan you xi

xúc xắc

shai zi

đồ chơi xe lửa mô hình

huo che mo xing

ti giả

an fu nai zui

buổi tiệc

ju hui

sách tranh

hui ben

quả bóng

qiu

búp bê

yang wa wa

chơi

wan

hố cát

sha keng

cái đu

qiu qian

đồ chơi

wan ju

máy chơi game cầm tay

you xi ji

xe ba bánh

san lun che

gấu bông

tai di xiong

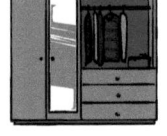

tủ quần áo

yi chu

y phục
yi fu

bít tất

wa zi

bít tất dài

chang wa

quần tất

jin shen ku

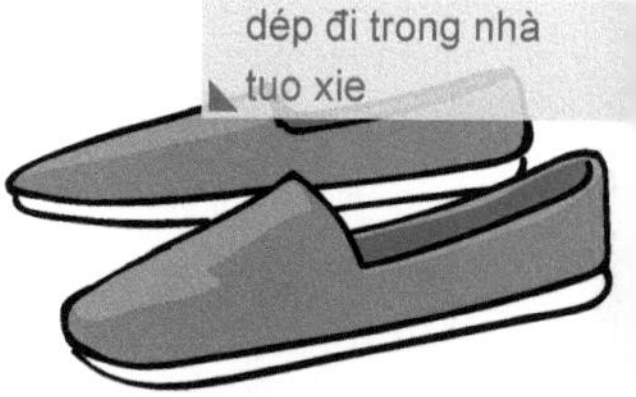

khăn choàng cổ
wei jin

ô che mưa
yu san

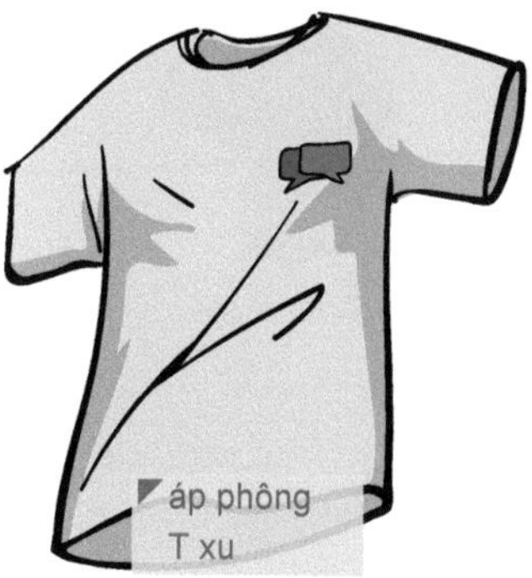

áp phông
T xu

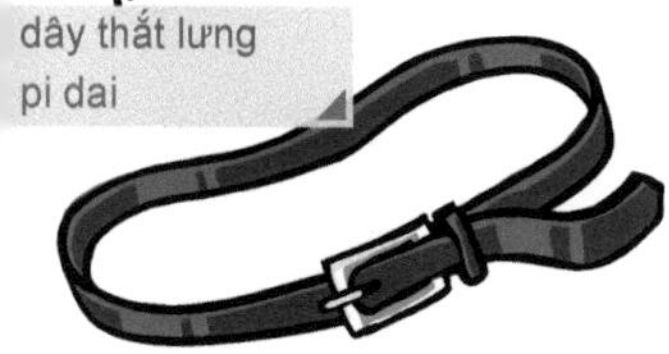

dây thắt lưng
pi dai

ủng
xue zi

dép đi trong nhà
tuo xie

giày sneaker
yun dong xie

dép xăng đan
liang xie

giày
xie

ủng cao su
yu xue

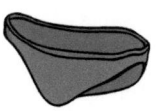

quần lót
nei ku

áo ngực
xiong zhao

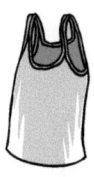

áo vest
bei xin

y phục - yi fu

áo ôm sát cơ thể

shen ti

quần dài

ku zi

quần bò

niu zai ku

váy

duan qun

áo cánh

nü shi chen shan

áo sơ mi

chen shan

áo len chui đầu

tao tou shan

áo len

wei yi

áo blazer

xi zhuang jia ke

áo jacket

jia ke

áo khoác

wai tao

áo mưa

yu yi

trang phục

tao zhuang

áo váy

lian yi qun

áo cưới

hun sha

bộ com lê

xi zhuang

áo ngủ

shui pao

pijama

shui yi

trang phục sari

sha li

khăn trùm đầu

tou jin

khăn đội đầu

bao tou jin

áo burka

bo ka

áo captan

ka fu tan

áo aba

(a la bo shi)chang pao

quần áo bơi

yong yi

quần bơi

nan shi yong ku

quần đùi

duan ku

quần áo tracksuit

yun dong fu

tạp dề

wei qun

găng tay

shou tao

cái cúc

niu kou

kính mắt

yan jing

vòng đeo tay

shou lian

vòng cổ

xiang lian

nhẫn

jie zhi

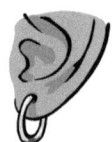

hoa tai

er huan

mũ lưỡi trai

bian mao

cái mắc treo áo quần

yi jia

mũ

mao zi

cà vạt

ling dai

dây kéo phéc mơ tuya

la lian

mũ bảo hiểm

tou kui

dây đeo quần

bei dai

đồng phục học sinh

xiao fu

đồng phục

zhi fu

yếm trẻ em

wei dou

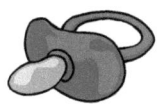

ti giả

an fu nai zui

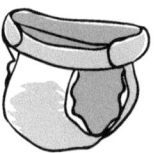

tã lót

niao bu shi

văn phòng
ban gong shi

máy chủ
fu wu qi

tủ hồ sơ
wen jian gui

máy in
da yin ji

giấy
zhi

màn hình
xian shi ping

bàn làm việc
ban gong zhuo

chuột máy tính
shu biao

thư mục
wen jian jia

bàn phím
jian pan

thùng rác giấy
fei zhi kuang

máy tính
dian nao

ghế
yi zi

cốc cà phê

ka fei bei

máy tính bỏ túi

ji suan qi

internet

yin te wang

laptop

bi ji ben dian nao

thư

xin jian

tin nhắn

xiao xi

điện thoại di động

shou ji

mạng

wang luo

máy photocopy

fu yin ji

phần mềm

ruan jian

điện thoại

dian hua

ổ cắm điện

cha zuo

máy fax

chuan zhen ji

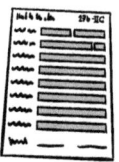

mẫu đơn

biao ge

chứng từ

wen jian

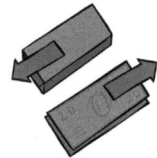

mua
....
mai

trả tiền
....
fu qian

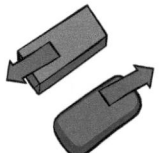

buôn bán
....
jiao yi

tiền
....
xian jin

đô la
....
mei yuan

Euro
....
ou yuan

yên
....
ri yuan

rúp
....
lu bu

franc Thụy Sĩ
....
rui shi fa lang

nhân dân tệ
....
ren min bi

rupi
....
lu bi

máy rút tiền tự động
....
ti kuan chu

quầy đổi tiền

wai bi dui huan chu

vàng

jin

bạc

yin

dầu

shi you

năng lượng

neng yuan

giá tiền

jia ge

hợp đồng

he tong

thuế

shui jin

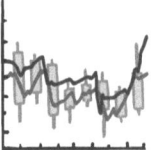

cổ phiếu

gu piao

làm việc

gong zuo

nhân viên

zhi yuan

chủ lao động

lao ban

nhà máy

gong chang

cửa hiệu

shang dian

nghề nghiệp
zhi ye

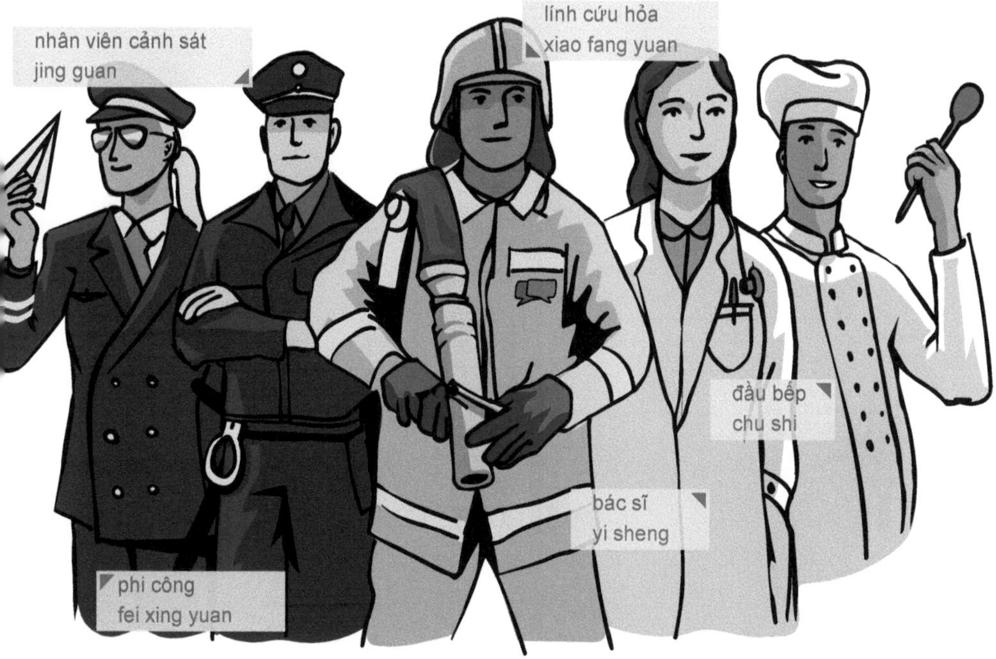
nhân viên cảnh sát
jing guan
lính cứu hỏa
xiao fang yuan
đầu bếp
chu shi
bác sĩ
yi sheng
phi công
fei xing yuan

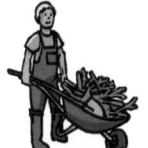

người làm vườn

yuan ding

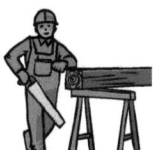

thợ mộc

mu jiang

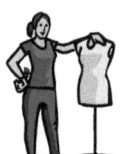

thợ may

cai feng

chánh án

fa guan

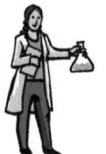

nhà hóa học

hua xue jia

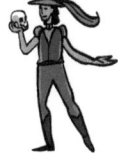

diễn viên

yan yuan

tài xế xe buýt

gong jiao che si ji

người lái taxi

chu zu che si ji

ngư dân

yu fu

người lau dọn vệ sinh

qing jie nü gong

thợ lợp mái nhà

wu ding gong

bồi bàn

fu wu yuan

thợ săn

lie ren

họa sĩ

hua jia

thợ làm bánh

mian bao shi

thợ điện

dian gong

thợ xây dựng

jian zhu gong ren

kỹ sư

gong cheng shi

người hàng thịt

tu fu

thợ sửa ống nước

shui guan gong

người đưa thư

you di yuan

người lính

shi bing

kiến trúc sư

jian zhu shi

nhân viên thu ngân

shou yin yuan

người bán hoa

hua nong

thợ cắt tóc

li fa shi

nhân viên soát vé

shou piao yuan

thợ cơ khí

ji xie shi

thuyền trưởng

chuan zhang

nha sĩ

ya yi

nhà khoa học

ke xue jia

giáo sĩ Do thái

la bi

lãnh tụ Hồi giáo

yi ma mu

nhà sư

he shang

mục sư

mu shi

dụng cụ
gong ju

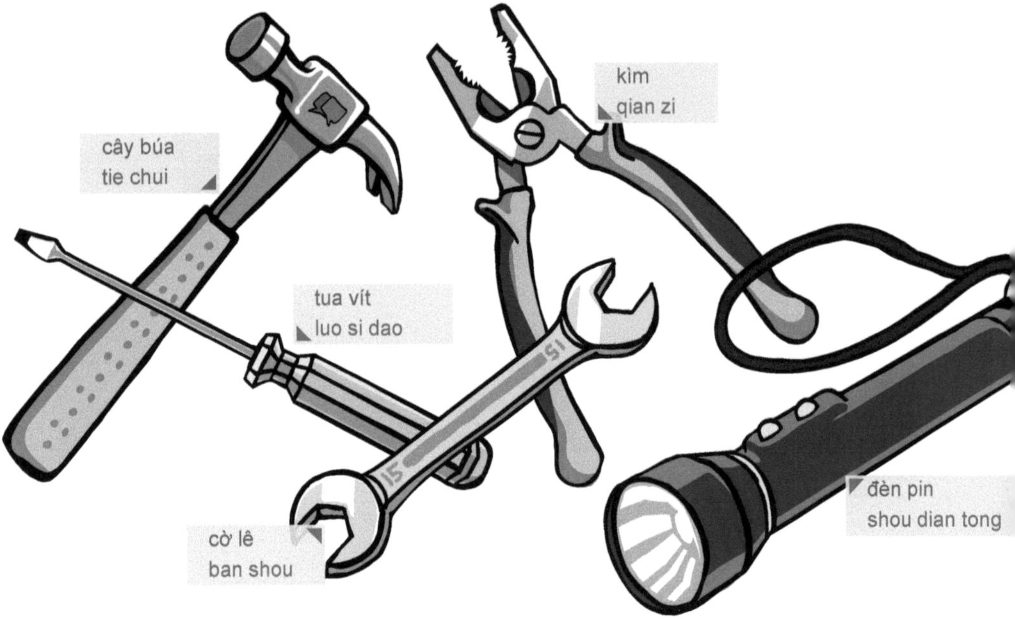

kìm
qian zi
cây búa
tie chui
tua vít
luo si dao
đèn pin
shou dian tong
cờ lê
ban shou

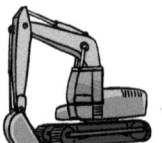

máy xúc đất

wa jue ji

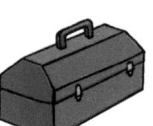

hộp dụng cụ

gong ju xiang

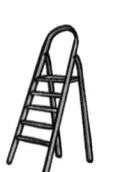

cái thang

ti zi

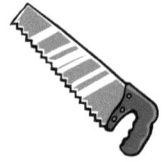

cưa

ju zi

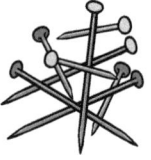

đinh

ding zi

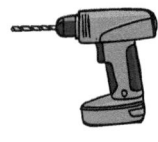

máy khoan

zuan ji

sửa chữa

xiu

cái xẻng

chan zi

khốn nạn!

kao!

cái hót rác

bo ji

thùng sơn

you qi tong

vít

luo si

nhạc cụ
yue qi

loa
yang sheng qi

bộ trống
da ji yue qi

đàn ghi ta
ji ta

đàn công tra bát
di yin ti qin

kèn trompet
xiao hao

đàn piano

gang qin

đàn vĩ cầm

xiao ti qin

ghi ta bass

bei si

trống định âm

ding yin gu

trống

gu

đàn organ

dian zi qin

kèn Saxophone

sa ke si guan

sáo

chang di

micro

mai ke feng

vườn bách thú
dong wu yuan

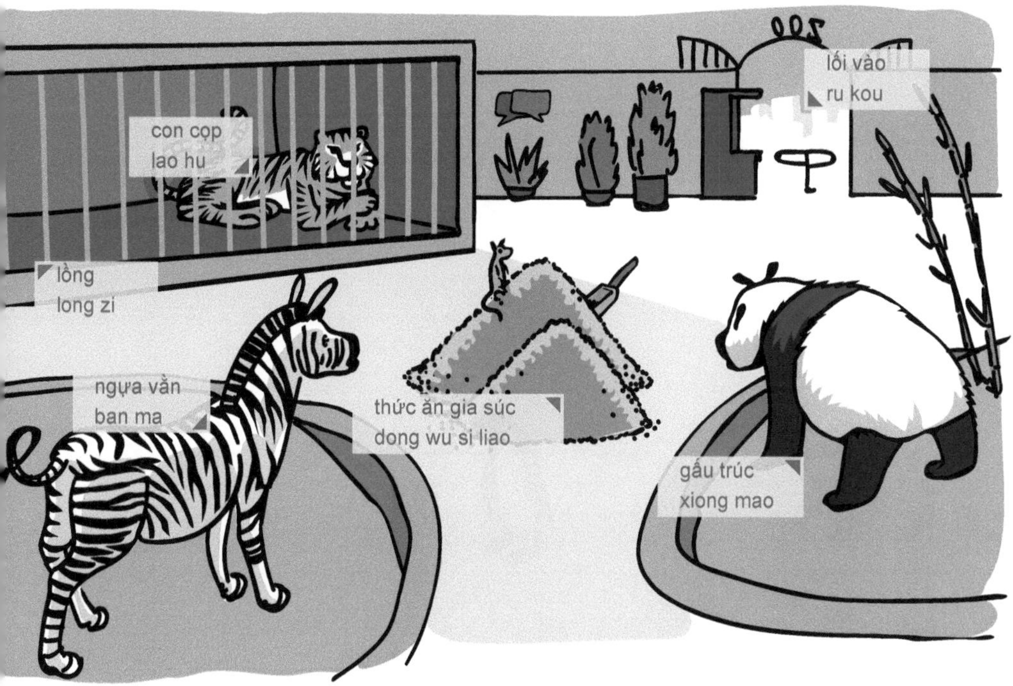
zoo
lối vào
ru kou
con cọp
lao hu
lồng
long zi
ngựa vằn
ban ma
thức ăn gia súc
dong wu si liao
gấu trúc
xiong mao

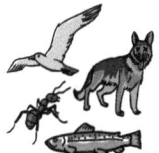

động vật

dong wu

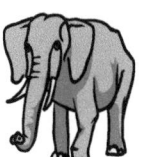

con voi

da xiang

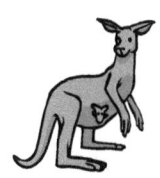

chuột túi

dai shu

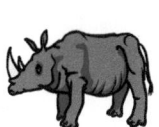

tê giác

xi niu

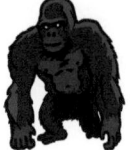

khỉ đột

da xing xing

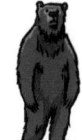

con gấu

xiong

lạc đà
luo tuo

đà điểu
tuo niao

sư tử
shi zi

con khỉ
hou zi

hồng hạc
huo lie niao

con vẹt
ying wu

gấu bắc cực
bei ji xiong

chim cánh cụt
qi e

cá mập
sha yu

con công
kong que

con rắn
she

cá sấu
e yu

người trông giữ vườn bách
thú
dong wu yuan guan li yuan

hải cẩu
hai bao

báo đốm
mei zhou bao

ngựa lùn

ai zhong ma

con báo

bao

hà mã

he ma

hươu cao cổ

chang jing lu

đại bàng

lao ying

heo rừng

ye zhu

cá

yu

con rùa

gui

hải mã

hai xiang

con cáo

hu li

linh dương

ling yang

bóng bầu dục Mỹ
gan lan qiu

đua xe đạp
qi zi xing che

quần vợt
wang qiu

bóng rổ
lan qiu

bơi
you yong

đấm bốc
quan ji

khúc côn cầu trên băng
bing qiu

bóng đá
ying shi zu qiu

cầu lông
yu mao qiu

điền kinh
tian jing

bóng ném
shou qiu

trượt tuyết
hua xue

polo
ma qiu

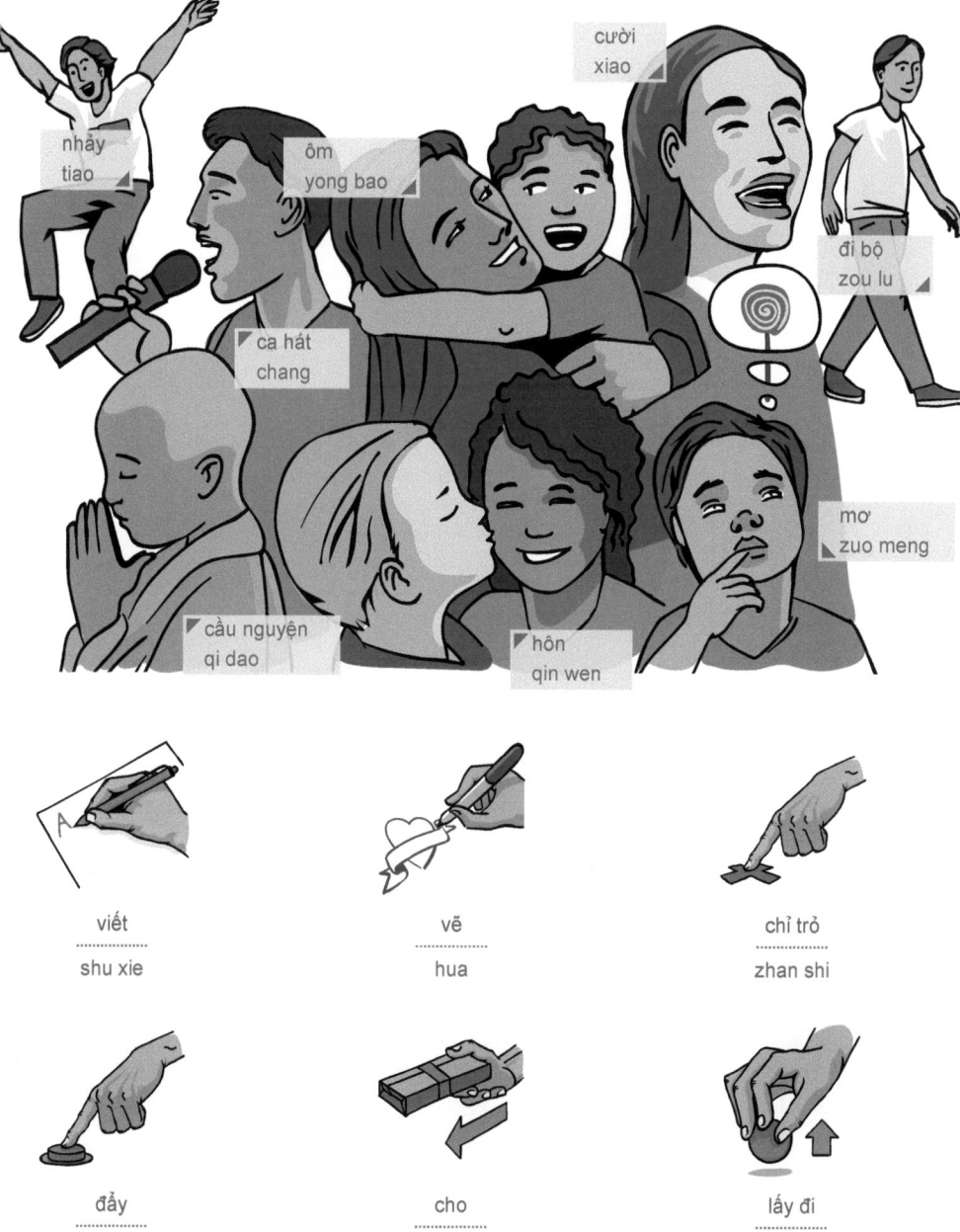

cười
xiao

nhảy
tiao

ôm
yong bao

đi bộ
zou lu

ca hát
chang

mơ
zuo meng

cầu nguyện
qi dao

hôn
qin wen

viết
....
shu xie

vẽ
....
hua

chỉ trỏ
....
zhan shi

đẩy
....
tui

cho
....
gei

lấy đi
....
na

có
you

làm
zuo

thì / là
dang

đứng
zhan

chạy
pao

kéo
la

ném
reng

rơi
shuai dao

nằm
tang

chờ đợi
deng dai

mang vác
xie dai

ngồi
zuo

mặc quần áo
chuan yi

ngủ
shui jiao

thức dậy
xing lai

xem
....
kan

khóc
....
ku

vuốt ve
....
fu mo

chải
....
shu tou

nói chuyện
....
jiao tan

hiểu
....
ming bai

câu hỏi
....
wen

nghe
....
ting

uống
....
he

ăn
....
chi

dọn dẹp
....
qing li

yêu
....
ai

nấu nướng
....
zuo fan

lái xe
....
kai che

bay
....
fei

đi thuyền buồm

hang xing

tính toán

ji suan

đọc

du

học

xue xi

làm việc

gong zuo

cưới

jie hun

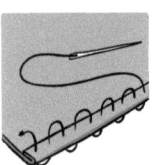

khâu vá

feng

đánh răng

shua ya

giết

sha

hút thuốc

chou yan

gửi đi

ji

gia đình

jia

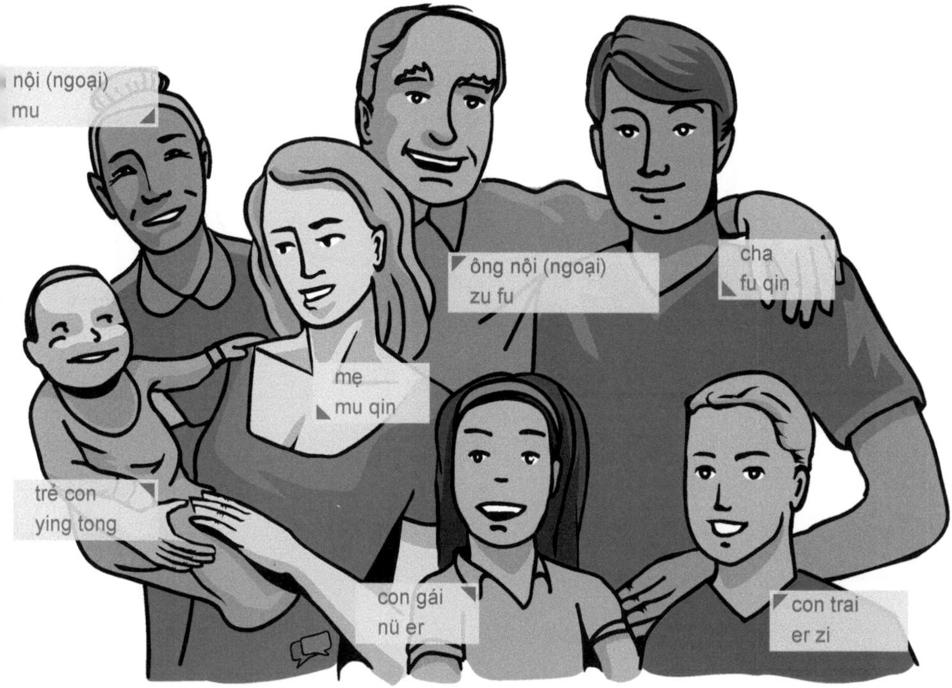
nội (ngoại)
mu
ông nội (ngoại)
zu fu
cha
fu qin
mẹ
mu qin
trẻ con
ying tong
con gái
nü er
con trai
er zi

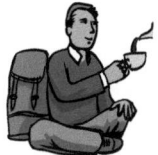

khách

ke ren

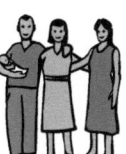

cô (dì)

a yi

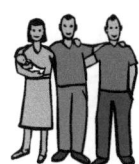

chú, bác (cậu)

shu shu

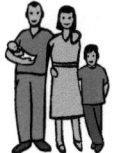

anh (em) trai

xiong di

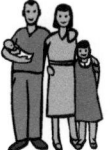

chị (em) gái

jie mei

cơ thể

shen ti

trán
qian e
mắt
yan jing
mặt
lian
cằm
xia ba
ngực
ru fang
ngón tay
shou zhi
bàn tay
shou
cánh tay
shou bi
vai
jian bang
chân
tui

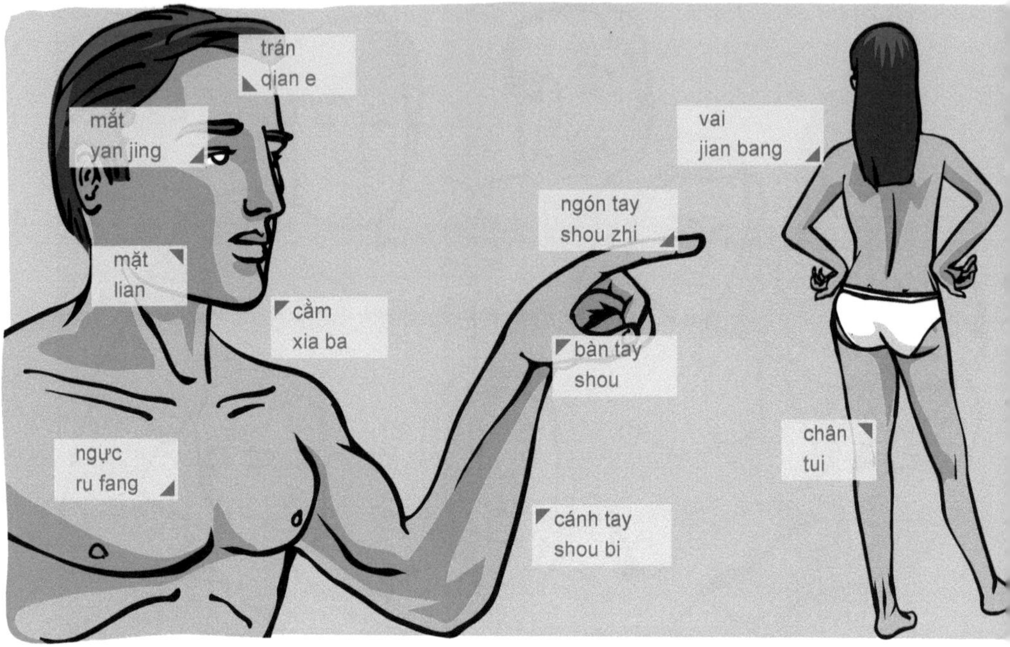

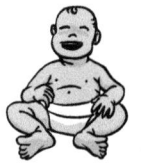

trẻ con
ying tong

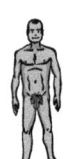

đàn ông
nan ren

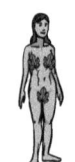

phụ nữ
nü ren

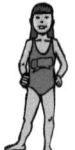

bé gái
nü hai

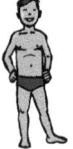

bé trai
nan hai

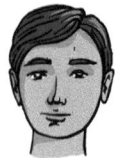

đầu
tou

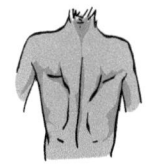

lưng

bei bu

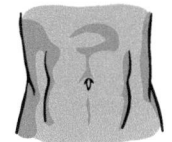

bụng

du zi

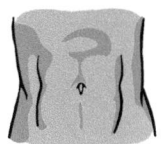

rốn

du qi

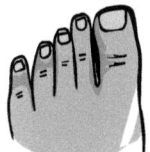

ngón chân

jiao zhi

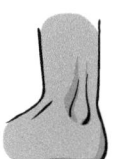

gót chân

jiao hou gen

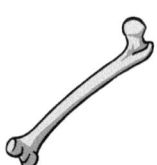

xương

gu tou

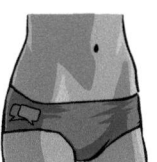

hông

tun bu

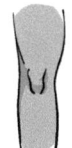

đầu gối

xi gai

khuỷu tay

shou zhou

mũi

bi zi

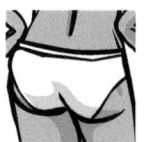

mông

pi gu

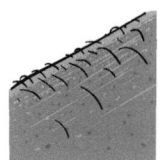

da

pi fu

má

lian jia

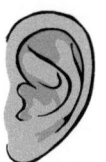

tai

er duo

môi

zui chun

miệng

zui

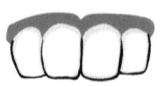

răng

ya chi

lưỡi

she tou

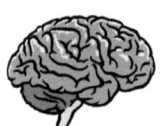

não

nao

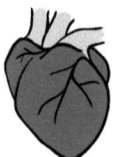

tim

xin zang

cơ bắp

ji rou

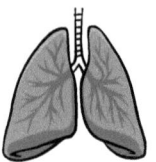

phổi

fei

gan

gan zang

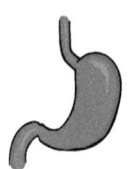

dạ dày

wei

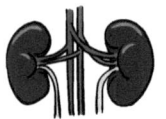

thận

shen zang

giao hợp

xing jiao

bao cao su

bi yun tao

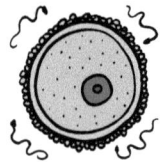

noãn

luan zi

tinh dịch

jing zi

mang thai

huai yun

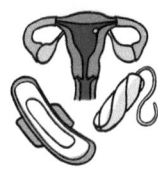

kinh nguyệt

yue jing

âm vật

yin dao

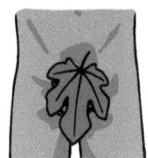

dương vật

yin jing

lông mày

mei mao

tóc

tou fa

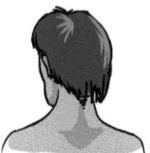

cổ

bo zi

bệnh viện
yi yuan

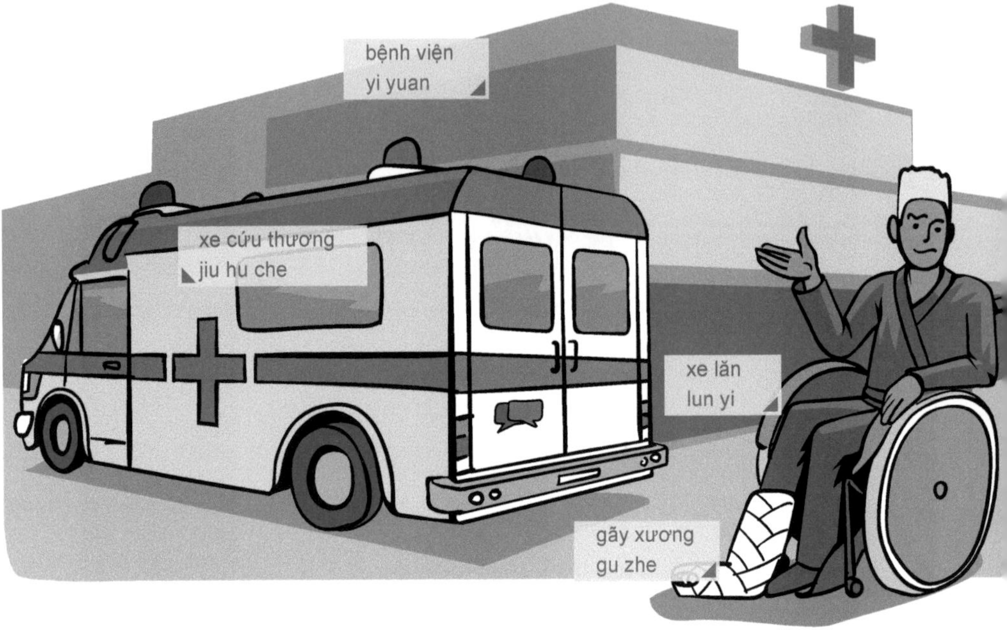

bệnh viện
yi yuan
xe cứu thương
jiu hu che
xe lăn
lun yi
gãy xương
gu zhe

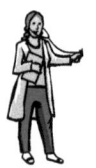

bác sĩ

yi sheng

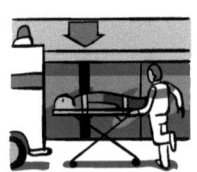

phòng cấp cứu

ji zhen shi

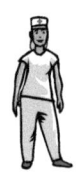

y tá

hu shi

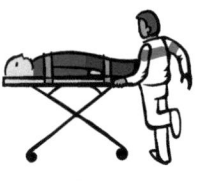

cấp cứu

jin ji qing kuang

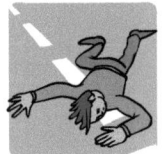

bất tỉnh

hun mi

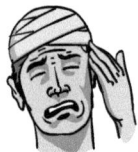

cơn đau

tong

bị thương

shou shang

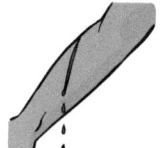

chảy máu

chu xue

nhồi máu cơ tim

xin zang bing fa zuo

đột quỵ

zhong feng

dị ứng

guo min

ho

ke sou

sốt

fa shao

cúm

liu gan

tiêu chảy

fu xie

đau đầu

tou tong

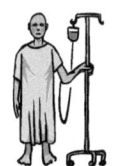

ung thư

ai zheng

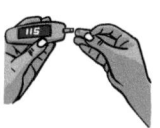

bệnh tiểu đường

tang niao bing

bác sĩ phẫu thuật

wai ke yi sheng

dao mổ

shou shu dao

giải phẫu

shou shu

chụp cắt lớp

CT

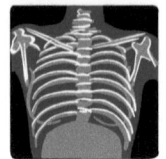

chụp x-quang

X guang

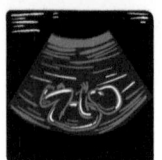

siêu âm

chao sheng bo

mặt nạ

kou zhao

bệnh

ji bing

phòng đợi

hou zhen shi

cái nạng

guai zhang

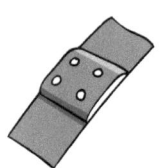

băng dán vết thương

shi gao

băng bó

beng dai

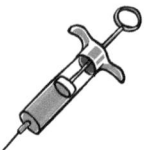

tiêm thuốc

zhu she

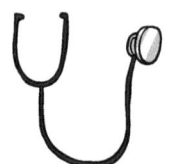

ống nghe khám bệnh

ting zhen qi

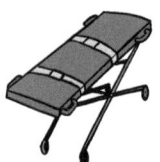

băng ca

dan jia

nhiệt kế

ti wen ji

sinh đẻ

chu sheng

thừa cân

chao zhong

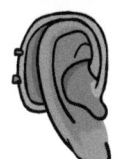

máy trợ thính

zhu ting qi

chất khử trùng

xiao du ye

nhiễm trùng

gan ran

vi rút

bing du

HIV / AIDS

ai zi bing

thuốc

yao wu

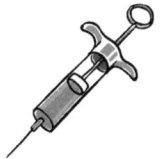

tiêm chủng

jie zhong yi miao

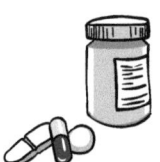

thuốc viên

yao pian

viên thuốc

yao wan

gọi cấp cứu

ji jiu dian hua

máy đo huyết áp

xue ya ji

bệnh / khỏe mạnh

sheng bing/jian kang

cứu!

jiu ming!

báo động

jing bao

cuộc đột kích

tu ji

sự tấn công

gong ji

mối nguy hiểm

wei xian

lối thoát hiểm

jin ji chu kou

cháy!

zhao huo la!

bình chữa cháy

mie huo qi

tai nạn

yi wai

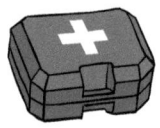

bộ dụng cụ sơ cứu

ji jiu xiang

SOS

hu jiu xin hao

cảnh sát

jing cha

châu Âu

ou zhou

Bắc Mỹ

bei mei zhou

Nam Mỹ

nan mei zhou

châu Phi

fei zhou

châu Á

ya zhou

châu Úc

ao zhou

Đại Tây Dương

da xi yang

Thái Bình Dương

tai ping yang

Ấn Độ Dương

yin du yang

Nam Cực Dương

nan bing yang

Bắc Băng Dương

bei bing yang

bắc cực

bei ji

nam cực
....
nan ji

nam cực
....
nan ji zhou

trái đất
....
di qiu

đất liền
....
lu di

biển
....
hai

đảo
....
dao

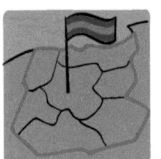

quốc gia
....
guo jia

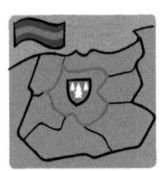

nhà nước
....
guo jia

mặt đồng hồ

zhong mian

kim chỉ giờ

shi zhen

kim chỉ phút

fen zhen

kim chỉ giây

miao zhen

Bây giờ là mấy giờ?

xian zai ji dian?

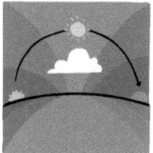

ngày

tian

thời gian

shi jian

bây giờ

xian zai

đồng hồ điện tử

dian zi biao

phút

fen

giờ

shi

tuần lễ
zhou

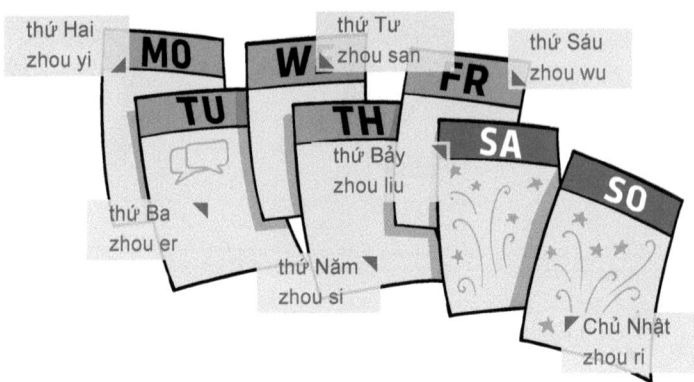

thứ Hai
zhou yi

thứ Tư
zhou san

thứ Sáu
zhou wu

thứ Ba
zhou er

thứ Bảy
zhou liu

thứ Năm
zhou si

Chủ Nhật
zhou ri

hôm qua

zuo tian

hôm nay

jin tian

ngày mai

ming tian

buổi sáng

zao chen

buổi trưa

zhong wu

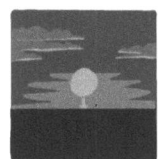

buổi tối

wan shang

MO	TU	WE	TH	FR	SA	SU
1	2	3	4	5	6	7
8	9	10	11	12	13	14
15	16	17	18	19	20	21
22	23	24	25	26	27	28
29	30	31	1	2	3	4

ngày làm việc

gong zuo ri

MO	TU	WE	TH	FR	SA	SU
1	2	3	4	5	6	7
8	9	10	11	12	13	14
15	16	17	18	19	20	21
22	23	24	25	26	27	28
29	30	31	1	2	3	4

cuối tuần

zhou mo

năm

nian

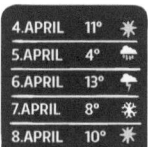

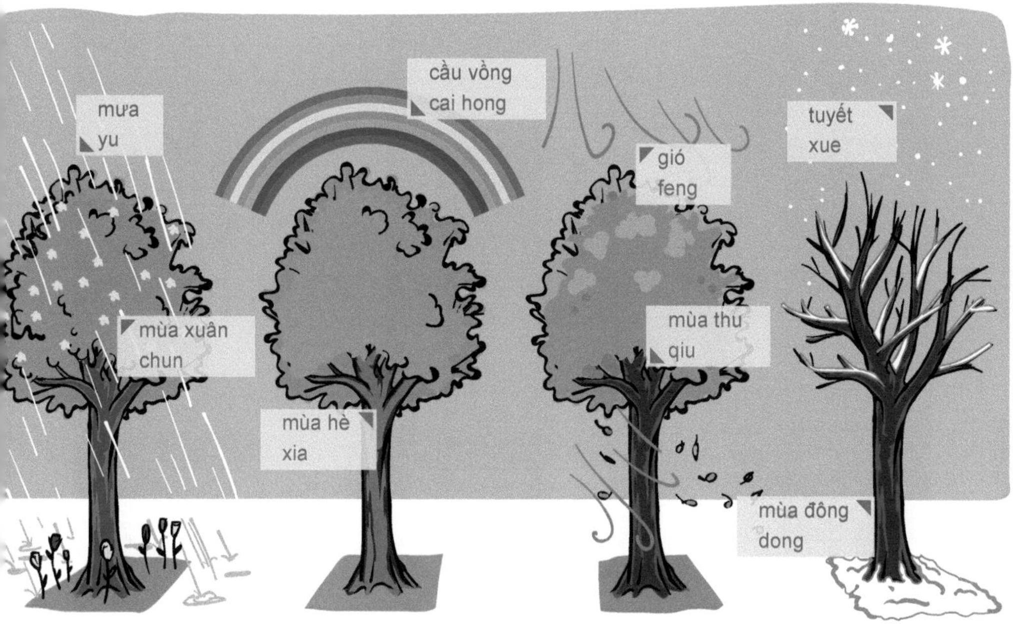

mưa
yu
cầu vồng
cai hong
gió
feng
tuyết
xue
mùa xuân
chun
mùa hè
xia
mùa thu
qiu
mùa đông
dong

4.APRIL 11°
5.APRIL 4°
6.APRIL 13°
7.APRIL 8°
8.APRIL 10°

dự báo thời tiết

tian qi yu bao

F C
120 90 60 30 0 -30
40 30 20 10 0 -10 -20

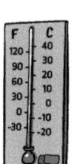

nhiệt kế

wen du ji

ánh nắng

yang guang

mây

yun

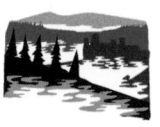

sương mù

wu

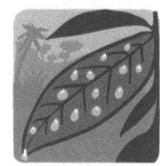

độ ẩm không khí

chao shi

tia chớp

shan dian

sấm sét

da lei

cơn bão

feng bao

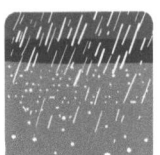

mưa đá

bing bao

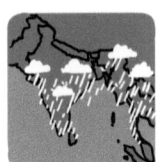

gió mùa

ji feng

lũ lụt

hong shui

nước đá

bing

tháng Một

yi yue

tháng Hai

er yue

tháng Ba

san yue

tháng Tư

si yue

tháng Năm

wu yue

tháng Sáu

liu yue

tháng Bảy

qi yue

tháng Tám

ba yue

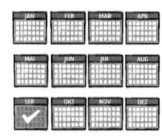

tháng Chín

jiu yue

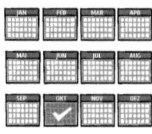

tháng Mười

shi yue

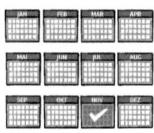

tháng Mười Một

shi yi yue

tháng Mười Hai

shi er yue

hình dạng
xing zhuang

hình tròn

yuan xing

hình vuông

zheng fang xing

hình chữ nhật

chang fang xing

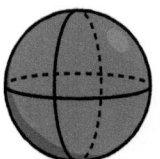

hình tam giác

san jiao xing

hình cầu

qiu ti

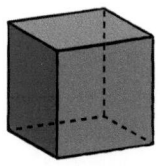

khối vuông

li fang ti

màu trắng

bai

màu vàng

huang

màu cam

cheng

màu hồng

fen

màu đỏ

hong

màu tím

zi

màu xanh dương

lan

màu xanh lá cây

lü

màu nâu

zong

màu xám

hui

màu đen

hei

nhiều / ít
....
hen duo/shao xu

tức tối / điềm tĩnh
....
sheng qi/ping jing

xinh đẹp / xấu xí
....
mei/chou

bắt đầu / kết thúc
....
shou/wei

to / nhỏ
....
da/xiao

sáng / tối
....
ming/an

nh (em) trai / chị (em) gái
....
xiong di/jie mei

sạch / bẩn
....
gan jing/ang zang

đủ / thiếu
....
wan zheng/que shi

ngày / đêm
....
bai tian/wan shang

chết / sống
....
si/sheng

rộng / chật hẹp
....
kuan/zhai

ăn được / không ăn được

ke shi yong/fei shi yong

ác / tử tế

xie e/shan liang

hào hứng / chán nản

xing fen/wu liao

béo / gầy

pang/shou

đầu tiên / cuối cùng

di yi/zui hou

bạn / thù

peng you/di ren

đầy / rỗng

man/kong

cứng / mềm

ying/ruan

nặng / nhẹ

zhong/qing

đói / khát

e/ke

bệnh / khỏe mạnh

sheng bing/jian kang

bất hợp pháp / hợp pháp

fei fa/he fa

thông minh / ngu

cong ming/yu ben

trái / phải

zuo/you

gần / xa

jin/yuan

mới / cũ

xin/jiu

không có gì cả / có cái gì đó

mei you/you xie

già / trẻ

lao/you

bật / tắt

kai/guan

mở / đóng

da kai/he shang

im lặng / ồn ào

an jing/chao nao

giàu / nghèo

fu/qiong

đúng / sai

dui/cuo

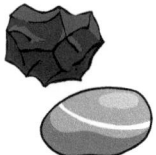

sần sùi / mịn màng

cu cao/guang hua

buồn / vui

shang xin/gao xing

ngắn / dài

duan/chang

chậm / nhanh

man/kuai

ẩm ướt / khô ráo

shi/gan

ấm áp / mát mẻ

wen nuan/liang shuang

chiến tranh / hòa bình

zhan zheng/he ping

0

số không

ling

1

một

yi

2

hai

er

3

ba

san

4

bốn

si

5

năm

wu

6

sáu

liu

7

bảy

qi

8

tám

ba

9

chín

jiu

10

mười

shi

11

mười một

shi yi

12

mười hai

shi er

13

mười ba

shi san

14

mười bốn

shi si

15

mười lăm

shi wu

16

mười sáu

shi liu

17

mười bảy

shi qi

18

mười tám

shi ba

19

mười chín

shi jiu

20

hai mươi

er shi

100

một trăm

bai

1.000

một ngàn

qian

1.000.000

một triệu

bai wan

tiếng Anh

ying yu

tiếng Anh Mỹ

mei shi ying yu

tiếng Quan Thoại

pu tong hua

tiếng Hin-di

yin di yu

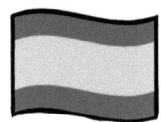

tiếng Tây Ban Nha

xi ban ya yu

tiếng Pháp

fa yu

tiếng Ả-rập

a la bo yu

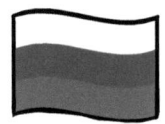

tiếng Nga

e yu

tiếng Bồ Đào Nha

pu tao ya yu

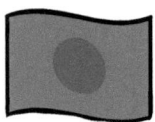

tiếng Bengal

feng jia la yu

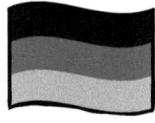

tiếng Đức

de yu

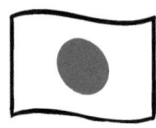

tiếng Nhật

ri yu

tôi

wo

bạn

ni

anh ta / cô ta / nó

ta/ta/ta

chúng tôi

wo men

các bạn

ni men

họ

ta men

ai?

shei?

cái gì?

shen me?

như thế nào?

zen yang?

ở đâu?

na li?

lúc nào?

shen me shi hou?

tên

ming zi

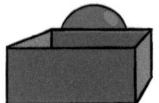

phía sau

hou mian

ở trong

li mian

phía trước

qian mian

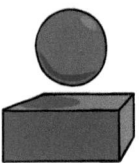

phía trên

shang fang

ở trên

shang mian

ở dưới

xia mian

bên cạnh

pang bian

ở giữa

zhong jian

chỗ

di dian